પદ્મશ્રી પ્રાણ

મૉરિસ હૉર્ન, વર્લ્ડ ઍન્સાયકલોપીડિયા ઑફ કૉમિક્સના ઍડિટરે કાર્ટૂનિસ્ટ પ્રાણને વૉલ્ડ ડિઝની ઑફ ઇન્ડિયા કહ્યાં છે. એમની કૉમિક્સ પેઢી દર પેઢી વધી રહેલાં નવયુવાનોની હંમેશાં સાથી રહી છે, એમણે એના કૅરેક્ટર્સ ચાચા ચૌધરી, સાબૂ, શ્રીમતીજી, પિંકી, બિલ્લૂ, રમન વગેરેના મનોરંજનની ભરપૂર મજા ઉઠાવી છે. એમના ૫૦૦થી વધારે ટાઈટલ્સ માર્કેટમાં વેચાઈ રહ્યા છે ને સ્ટ્રિપ્સ ડઝનો ન્યૂઝ પેપર્સમાં છપાઈ રહી છે! ચાચા ચૌધરી પર આધારિત બનેલી ટી.વી. સીરિયલ સતત ૬૦૦ ઍપિસોડ્સ સાથે એક મુખ્ય ચેનલ પર બતાવવામાં આવ્યા! વિશ્વના કેટલાય દેશોનું ભ્રમણ કરી ચુકેલા, ત્યાંની કૉન્ફરન્સોમાં કાર્ટૂન્સ પર સ્પીચીસ આપવાવાળા પ્રાણને લિમ્કા બુક ઑફ રેકોર્ડ્સે પીપલ ઑફ ધી યર ઍવૉર્ડથી સન્માનિત કર્યા છે. ૧૯૮૩માં એમની કૉમિક બુક રમન, હમ એક હૈ'નું વિમોચન તત્કાલીન પ્રધાનમંત્રી શ્રીમતી ઇન્દિરા ગાંધીએ કર્યું.

— પ્રકાશક

બાય! આગળથી મને ક્યારેય ના ના કહેતો.

એ, ઉંદર! ઊભો રહે.

જરા મારા જૂતાઓની દોરી બાંધી દે.
ભોંદૂ! હું તારો નોકર નથી.

મારાથી જીભ લડાવે છે.

સૉરી, ભોંદૂ દાદા! મારાથી ભૂલ થઈ ગઈ.

કમજોર લોકો ફક્ત ગુલામી માટે હોય છે.

દુબળાને દરેક કોઈ દબાવે છે.
કસરત કરીને શક્તિશાળી બનો

આગલા દિવસે...
જોજી! આજે ફિલ્મ જોવા જઈશું.
સૉરી! મારી પાસે ટાઈમ નથી.

મારે બેંબોની સાથે મૂવી જોવા જવાનું છે.

બેબી! શું આ આઈસ્ક્રીમ સ્ટિક તને તંગ કરી રહ્યો છે?
ના, બેંબો!

3

આવો, ડિયર થિયેટર જઈએ.

સરરાટ ટ!

આજકાલ છોકરીઓ બૉડી-બિલ્ડર છોકરાઓને પસંદ કરે છે.

આપણે જેવાં દુબળાઓએ યોગા અને મેડિટેશનમાં બિઝી થઈ જવું જોઈએ.

હું સિક્સ પેક્સ બનાવીશ, ત્યારે જ બધા મારી ઈજ્જત કરશે.
બિલ્લુ જે નિશ્ચય કરે છે, તે કરીને રહે છે.

ગામા ઉસ્તાદ! મારે સિક્સ-પેક્સ બનાવવા છે.
મહેનત કરીશ, તો જરૂર થઈ જશે.

કપડા બદલી લો.

હું તૈયાર છું.

શાબાશ! જેટલો પરસેવો નિકળશે, એટલું સારું છે.

શ્વાસ ફૂલી રહી છે.
પરંતુ હું કરીને રહીશ.

રોકાયા વગર પચાસ વાર કરો. માંસપેશીઓ મજબૂત થશે.

તડાક ક!
આઉ ઉ!

ધડામ મ!

આ પ્લાસ્ટર ત્રણ મહીના રહેશે.

સિક્સ-પેક્સના ચક્કરમાં પહેલાંના નબળા પુર્જા ના ગમાવી બેસતા.

પ્રા૦૧
ચાચા ચૌધરી
અને
કિસ્પીનો જાદૂ

WASHINGTON

ચાચા ચૌધરી
અને કિસ્મીનો જાદૂ
AIRPORT
ચાચા ચૌધરી, આપણે આટલી વહેલી સવારે વિમાની મથક તરફ કેમ જઈ રહ્યાં છીએ?
વિમાની મથક તરફ.

શું કોઈ વિશેષ વ્યક્તિ આવી રહ્યો છે?
AIRPORT
આપણે અહીંયા એક ખાસ મહેમાન કિસ્મી, જે વૉશિંગટન ઍસ્ટેટ, યૂ.એસ. એ.થી આવી રહ્યાં છે, એમના સ્વાગત માટે આવ્યા છીએ.

Inspired minds
WASHINGTON
No other apple comes close.
apples@scs-group.com • bestapples.com
facebook.com/WashingtonApples.India
twitter.com/WApplesIndia

WASHINGTON

આનાથી પહેલાં મેં આ નામ નથી સાંભળ્યું.

વૉશિંગ્ટનમાં પેદા થવાવાળા સફરજન વિશ્વભરમાં સૌથી ઉમદા છે.

પેસેફિક ઉત્તરી દક્ષિણી અમેરિકામાં ૫૦૦૦ એકર ક્ષેત્રમાં વૉશિંગ્ટન સફરજન પેદા થાય છે.

આ સ્થાન પહાડી ક્ષેત્રમાં હોવાને કારણે સફરજન પેદાવાર માટે સર્વોત્તમ છે.

તમને લાલ રસીલા સફરજન પણ મળે છે.

સમુદ્રી સપાટીથી ૩૦૦૦ ફૂટની ઊંચાઈ પર હોવા છતાં પણ તે તાજા અને ખનિજયુક્ત પાણીથી ખેતી કરે છે.

Tasty delight

WASHINGTON
No other apple comes close.
apples@scs-group.com • bestapples.com
facebook.com/WashingtonApples.India
twitter.com/WApplesIndia

Wholesome health

WASHINGTON

No other apple comes close.

apples@scs-group.com • bestapples.com
facebook.com/WashingtonApples.India
twitter.com/WApplesIndia

apples@scs-group.com • bestapples.com
facebook.com/WashingtonApples.India
twitter.com/WApplesIndia

WASHINGTON

હુબા-હુબા!!

ધડાક ક!

સરરાર!

ઓહ રે!
ધડાક ક!
આઉ!
ઓહ!
તે ક્યાં ચાલ્યા ગયા?
હું એક સફરજન ખાઈશ.
ક્રિસ્પી, તમારું ભારતમાં સ્વાગત છે.
તે સીધા વૉશિંગટન ઑસ્ટેટની જેલમાં પહોંચી ગયા છે.

Washington
Apples

Wholesome health

Healthy eating doesn't get better than this.
Every bite of Washington apples is filled
with juicy goodness.
So go ahead, take another bite!

બિલ્લૂ-પેઈન્ટર

ઉસ્તાદ! આ કોની તસ્વીર છે?
આ મારા પરદાદા રાય બહાદુર શમશેર સિંહજીની.

અને આ બીજું ચિત્ર કોનું છે?
મારા દાદાજી, દિલેર સિંહજીનું.

અને આ ત્રીજી ફ્રેમમાં કોણ છે?
મારા પિતાજી, દબંગ સિંહજી.

તમે પણ પોતાનું આવું ચિત્ર બન- વડાવો.

રુસ્તમ-એ-હિન્દ બ- જરંગીનું શાનદાર પોર્ટ્રેટ.

કોઈ સારો પેઈન્ટર શોધવો પડશે.

બજરંગી! તે ઉંદર બિલ્લૂ પેઈન્ટિંગ કરે છે.

એનાથી તો હું પોતાની પેઈન્ટિંગ મફતમાં બનાવી લઈશ.

ઉંદર! ઊભો રહે.

અહીંયાથી પસાર થવાનો ટેક્સ આપવો પડે છે.

હજુ તો મારા ખિસ્સા ખાલી છે.
ટેક્સ નહીં તો તારે મારું એક સુંદર પોટ્રેટ બનાવવું પડશે.

પરંતુ... હું તો...

નો ઈફ...નો બટ...

ઠીક છે, જેવું તમે ઈચ્છે.

મારી સાથે આર્ટ સ્ટૂડિયો ચાલો, ત્યાં તમારું ચિત્ર બનશે.
વાહ!

અંદર ચાલી આવો.

હલ્યા-હુલ્યા વગર આ
એંગલમાં બેસી રહેજો.

બિલ્લૂ! મારા નૈન-
નકશ સુંદર બનાવજે.
હું પોતાનું બધું
ટેલેન્ટ લગાવ
દઈશ.

મારી રુઆબદાર મૂંછનું
ખાસ ધ્યાન રાખજે.

ચિંતા ના કરો. કશું પણ
નહીં છૂટે.

તસ્વીર તૈયાર છે?

હું પોતાનું સુંદર પોર્ટ્રેટ જોવા માટે આતુર છું.

આ શું? હું આવો તો નથી દેખાતો?

હું રિયલ નહીં, મૉડર્ન આર્ટ બનાવું છું.

મારો ચહેરો બગાડવાની સજા.

બિલ્લુ
હેપ્પી દિવાળી

જુઓ! જુઓ, પાંચસો બૉમવાળી ફટાકડાની હૅર
વાહ!
ખુબ સુંદર!

આ હૅર પરી વીસ મિનિટ સુધી બળતી રહેશે.
ખરેખર?

મારો દિવાળી સ્પેશ્યલ લાર્જ ઍટમ બૉમ.
વાહ! ખૂબ મોટો છે.

મારો બૉમનો ધમાકો ધરતી હલાવી દેશે
મારી ફટાકડાની હૅર ધમાલ કરી દેશે

બિલ્લૂ! તારી આતશબાજી ક્યાં છે?

હો! હો!! લાગે છે બિલ્લૂને આ દિવાળી પર કડકી આવી ગઈ છે?

મારા ફટાકડા જોઈને તમે હક્કા-બક્કા રહી જશો. હમણાં લાવ્યો.

આ જુઓ મારી હવાઈ.

આટલું મોટું રૉકેટ?
શું ચાઈનીઝ છે?
આ છે, મેક ઈન ઈન્ડિયા!

હવલે તું જોજે મારી આ હવાઈ આકાશને સ્પર્શશે.

બ
રૂ
મ
મ!!

સરાટ્ ૬!
અરે, કોઈ રોકો એને.

તે ક્યાં ગયો હશે?
અમેરિકામાં.

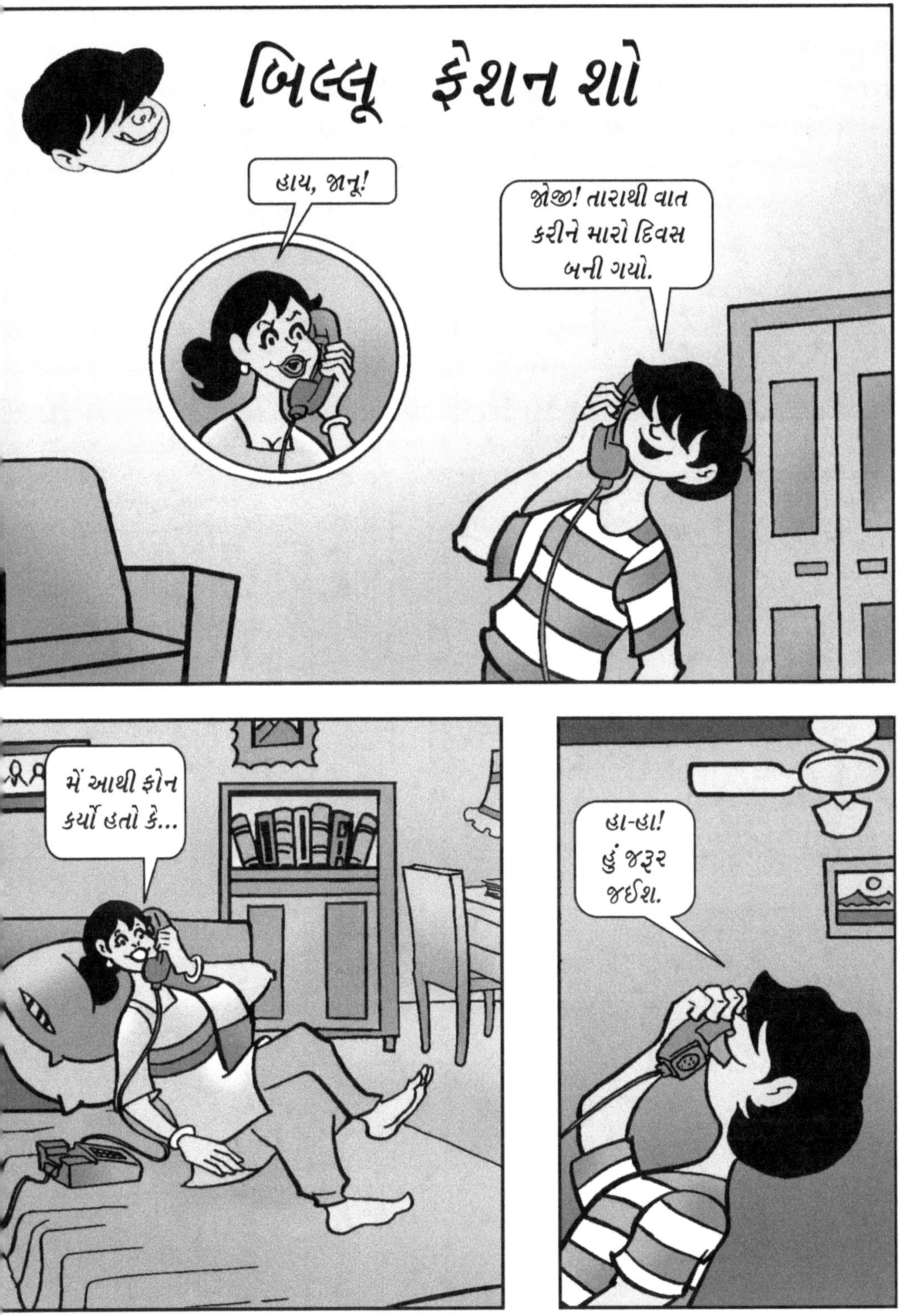

બિલ્લૂ ફેશન શો

સાંજે.

બેટા! ક્યાં જવાની તૈયારી છે?
જોજી ફેશન શોમાં ભાગ લઈ રહી છે.
એણે મને આમંત્રિત કર્યો છે.

ગલફ્રેંડ માટે તો આ પેરિસ પણ ચાલ્યો જશે.

અહા! જોજીની કેટવૉક જેવી અલગ જ નજારો હશે.

દોસ્ત ક્યાં ચાલ્યા? આ તો ક્રિકેટ પ્રેક્ટિસનો સમય છે.
ક્રિકેટથી વધારે ફેશન શો મહત્ત્વપૂર્ણ છે.

હેં??

iss WORLD
હું યોગ્ય સમય પર આવી પહોંચ્યો છું. એન્ટ્રી થઈ રહી છે.

25

તાળીઓ!
વાહ! પ્રિટી લુક!

અરે! મારો પગ લપસ્યો.
સરાટ ટ!

ધડાક ક!
આઉ ઊ!

આ શો યાદગાર રહેશે.

બિલ્લૂની ગિફ્ટ

બિલ્લૂ! ક્યાં હતો. એક અઠ-વાડિયાથી દેખાયો નહી. તારો મોબાઇલ પણ નૉટ રીચેબલ જઈ રહ્યો હતો.
ગબ્દૂ! હું વિદેશ ફરવા ગયો હતો.
વાહ! વિદેશ યાત્રા!

ગપ્પા હાંકી રહ્યો છે. પોતાના મામાને ત્યાં રાણીખેત ગયો હશે. વિદેશ ટૂર?

હું સાચું કહી રહ્યો છું.
કયા દેશમાં ગયા હતા?

મારા ફેસબુક ફ્રેંડ પીટરે મને નોર્વે ફરવા બોલાવ્યો હતો.

તે નોર્વેના શહેર ઓસલોમાં રહે છે.
GARMENT'S

સફેદ જૂઠ!

હું એક અઠવાડિયું ઓસલોમાં રહ્યો.
સારું, બતાવો ઓસલો શહેર જોવામાં કેવું હતું?

ત્યાં ઊંચા પર્વત હતા...

બરફથી ઢાંકેલી પહાડીઓ અને હરી-ભરી વાદીઓ.

વચ્ચે-વચ્ચે સ્નોફૉલ પણ થઈ રહ્યો હતો. ત્યાં બરફથી ઢંકાયેલા ઘર, રસ્તાઓ અને વૃક્ષ-છોડ હતા.

એવું તો ભારતના હિલ સ્ટેશન પર પણ હોઈ શકે છે. બની શકે છે, તું કાશ્મીર ગયો હોય?

આ જુઓ, મારું મોબાઇલ સ્ટેટસ.
હું પોતાના
સ્તની સાથે
...સલોમાં.

ત્યાં કેટલાય લોકો પેરા ગ્લાઇડિંગની મજા લઈ રહ્યાં હતા.

ત્યાં અમે પેરાશૂટ ગ્લાઇડિંગની મજા લીધી.

ઓસલોમાં અમારા માટે શું લિફ્ટ લાવ્યો છે?
ઊંચા બર્ફીલા શિખર પર પોતાનો તિરંગો લહેરાવ્યો.

H &SONS
હા ભાઈ!

માણસ ક્યાંકથી ફરીને આવે છે,તો મિત્રો માટે એ જગ્યાથી કોઈને કોઈ ભેટ જરૂર લાવે છે.

જ્યારે હું જમ્મૂ જાઉં છું, તો તારા માટે મેવા લાવું છું.
જ્યારે હું કાકાને ત્યાં આગરા જાઉં છું, તો ત્યાંના પેઠા બધા મિત્રોમાં વહેંચું છું.
તું ઓસલોથી અમારા બંને માટે શું ખાસ વસ્તુ લાવ્યો છે?

ખરાબ રીતે ફસાયો!

યારો! બર્ફીલા ઓસલોમાં મેં તમારા બંને માટે વિદેશી બરફ ખરીદી હતી.

ભારત આવતા-આવતા તે રસ્તામાં ઓગળી ગઈ.

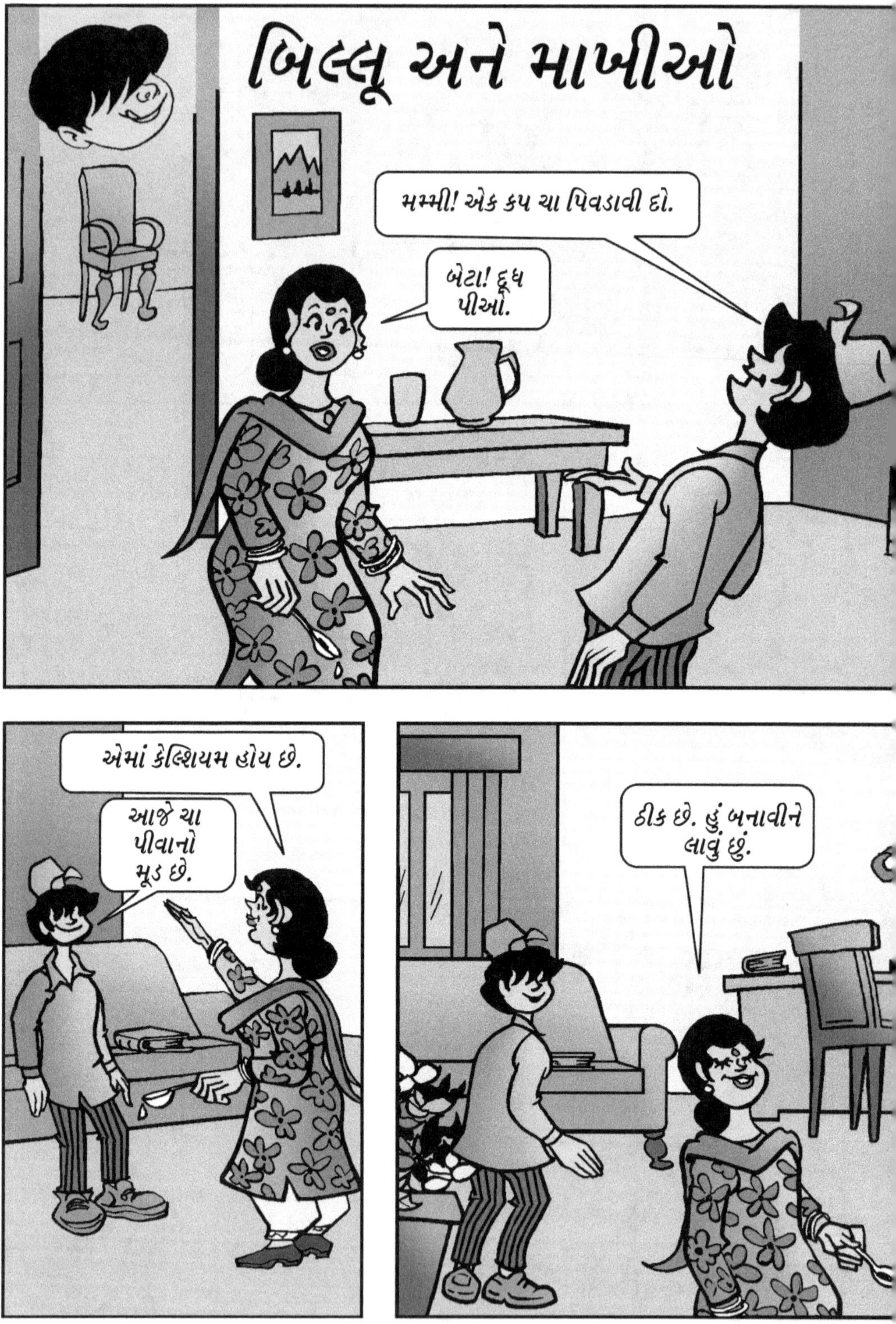

બિલ્લૂ અને માખીઓ

થોડી વાર પછી.
આ લો મારા લાડલા.

થેંક્સ મૉમ! તમે મહાન છો.
મસ્કા ના લગાવો.

હું ન્હાવા જઈ રહી છું.

દરવાજા પર કોઈ આવે, તો જોઈ લેજે.

મમ્મી ચામાં ખાંડ નાખવાનું ભૂલી ગઈ.

ધડામ મ્!
!!
આઉ ઉ!

અરે, સત્યાનાશ!

ટ્રિન ન ન!
દરવાજા પર કોઈ આવ્યું છે.

અરે! મોનાના ઘેર આટલી માખીઓ.

સ્વચ્છ ભારત અભિયાન ચાલી રહ્યું છે. છતાં પણ આમને ત્યાં સફાઈ નથી.
ચાલો, અહીંયાથી.

બહાર ખુલ્લામાં જાઉં છું.

કોનાથી બચીને ભાગી રહ્યો છે?
આ માખીઓથી.

એક જોરનો હાથ ચલાવો.

હટો! ભાગો!
જોયું! બધી ગઈ.

તે ફરીથી આવી ગઈ.
પાર્કમાં જાઓ. તે છોડ ફૂલો પર બેસી જશે.

તું ઠીક કહું.
ભાગો!

આભાર છે. માખીઓથી પીછો છૂટ્યો.

અરે! ફરીથી આવી ગઈ.
જ્યાં સુધી મારા પર ખાં-ડની મિઠાશ છે, આ પીછો નહીં છોડે.

તળાવમાં ગોથા લગાવી લઉં છું. પાણીથી ગળ્યું ધોવાઈ જશે.

છપાક ક!

આઉ ઊ! પાણીમાં કેકડો હતો.

બિલ્લૂ નેટ ચેટિંગ

સાહેબજાદા! શું કરી રહ્યાં છે?
ગલફ્રેન્ડની સાથે નેટ-ચેટિંગ કરી રહ્યો છું.

ઈન્ટરનેટ અને વિજળીનં બિલ, કોમ્પ્યૂટર મેન્ટેનેંસ

રુપિયા ક્યાં ઝાડ પર લાગે છે?

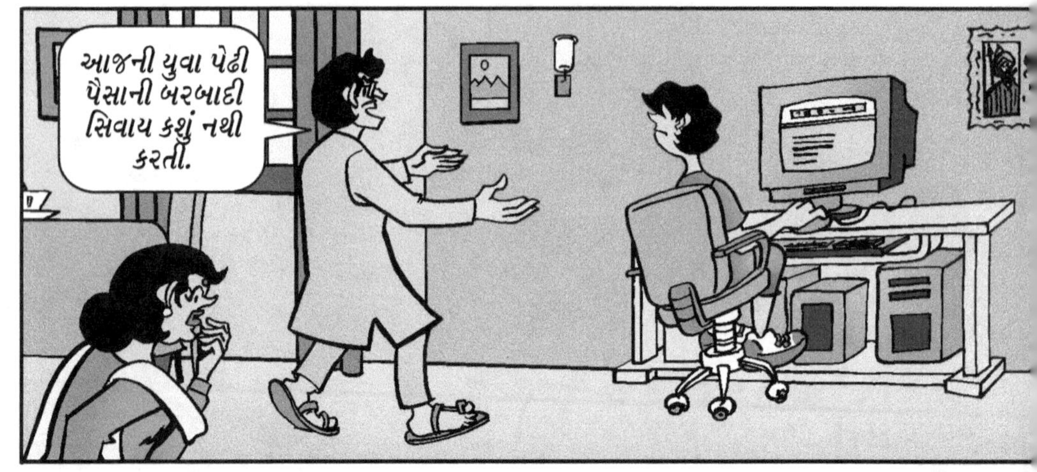

આજની યુવા પેઢી પૈસાની બરબાદી સિવાય કશું નથી કરતી.

ઓફ-હો!

કેમ મારા લાડલાની પાછળ લાગી રહો છો?

નવી પેઢી ચેટિંગ નહી કરે, તો શું આપણે કરીશું?
જો એને પોતાની દોસ્તથી ગપ્પા લગાવવા છે, તો એના ઘેર ચાલ્યો જાય. એની સાથે આમને-સામને બેસીને કલાકો ગપશપ કરે.

મને એમની વાતો પર કોઈ વાંધો નથી.

પરંતુ હું આ ફાલતૂ ખર્ચો સહન નહીં કરું.

અત્યારે જ કૉમ્પ્યૂટર છોડો, સહેલની પાસે ચાલ્યો જા.

જેવી તમારી મરજી.

ફુર્રર્ રર્!

મેં બચત કરી લીધી.

બચત નહીં, ડબલ ખર્ચો કરાવી દીધો.

એની ફ્રેંડ બેંગલુરુમાં રહે છે.

કારના પેટ્રોલનો ખર્ચો હવે તમે જ ભરશો.

બિલ્લુ લેટ-લતીફ

ઓહ! સવાર થઈ ગઈ.
ટિંગ! ટાંગ!!
ટિંગ! ટાંગ!!

પપ્પા! પહેલાં મારે ન્હાવું છે.

આજે તો સાહેબજાદા, રાજધાની એક્સપ્રેસ બનેલા છે.

હા! દરરોજ તો એને ઊંઘથી ઉઠાડતાં-ઉઠાડતાં મારું ગળું બેસી જતું હતું.

આભાર છે. આજે એવું ના થયું.
હું તો હેરાન થઈ ગયો. કુંભકર્ણ મહારાજ આજે બદલાયેલા-બદલાયેલા છે.

તમે તો એનામાં હંમેશાં ખામી કાઢો છો.

...વધારે! ફાસ્ટ!!

...વધારે! ફાસ્ટ!!
હવે મારો બેટો સુધરી રહ્યો છે. તે એક લાયક બાળક છે.

શરીરથી પરસેવા-
ની દુર્ગંધ ન આવતી
તો ડ્રાઈક્લીન બાથ
પણ ચાલ્યો જતો.

મમ્મી! શું નાશતો તૈયાર છે?
હમણાં પિરસું છું.

કમાલ છે. જનાબ તો
આજે ઓવર સ્પીડ
જઈ રહ્યાં છે.

હવે હું સમયથી ઊઠીશ.

દરેક કામ સમયથી કરીશ.

અને સમય પર જ સ્કૂલ પહોંચ્યા કરીશ.

જે સમયની કદર કરે છે, તે શિખર પર પહોંચે છે.

બાય, મમ્મી-પપ્પા!

હું અહીંયા સ્કૂલ બસના આવવાથી પહેલાં જ આવી ગયો છું.

બિલ્લૂ! આવો, તને સ્કૂલ છોડી દઈશ.
ડીંગમાર અંકલ! મારી સ્કૂલ બસ આવતી જ હશે.

હું તારી સ્કૂલના રસ્તા પર જ જઈ રહ્યો છું.

અંકલ અહીંથી કાઢી લો. અહીંયાથી શોર્ટકટ છે.
જેવું તારી ઈચ્છા.

અહીંયાથી સ્કૂલ સુધીનો અડધો સમય બચ્યો જશે.

ઠીક કહું. સમય મૂલ્યવાન છે, એને બચાવવો જોઈએ.

કાર પાછી લો. સામેથી સરઘસ આવી રહ્યું છે.

અંકલ! ગાડી બેક ગીયરમાં નાખો, બીજા રસ્તાથી જઈએ.

ગાડી રિઝર્વમાં આવી ગઈ છે. તું બસથી સ્કૂલ ચાલ્યો જા.

ધત્ત તેરે કી!
DL ।।।

બસ રોકો.
મારે જવાનું છે.

બસમાં ભીડ છે. અંદર નહીં
આવી શકો.

મારે કોઈપણ
સ્થિતિમાં સ્કૂલ
પહોંચવાનું છે.

ઓફફ!

આવી ગયા,
લેટ લતીફ મહારાજ!

તું આજે અડધા દિવસ સુધી બેન્ચ પર ઊભો રહેજે. આ જોઈને બીજાઓ પણ પાઠ શીખશે.

આજે મોડું થવામાં તો મારી ભૂલ ન હતી.

દોસ્તો. સ્ટેચ્યુ ઑફ લિબટી છે, અમેરિકાની શાન.

આ છે સ્ટેચ્યુ ઑફ લેટ-લતીફી! આપણી સ્કૂલની શાન!

હા! હા!!